AF189458

Impressum
Verlag: BABADADA GmbH, Nedderfeld 112 , 22529 Hamburg
Geschäftsführer / Verlagsleitung: Harald Hof
Druck: Books on Demand GmbH, In de Tarpen 42, 22848 Norderstedt

Imprint
Publisher: BABADADA GmbH, Nedderfeld 112 , 22529 Hamburg, Germany
Managing Director / Publishing direction: Harald Hof
Print: Books on Demand GmbH, In de Tarpen 42, 22848 Norderstedt

# escuela
# shule

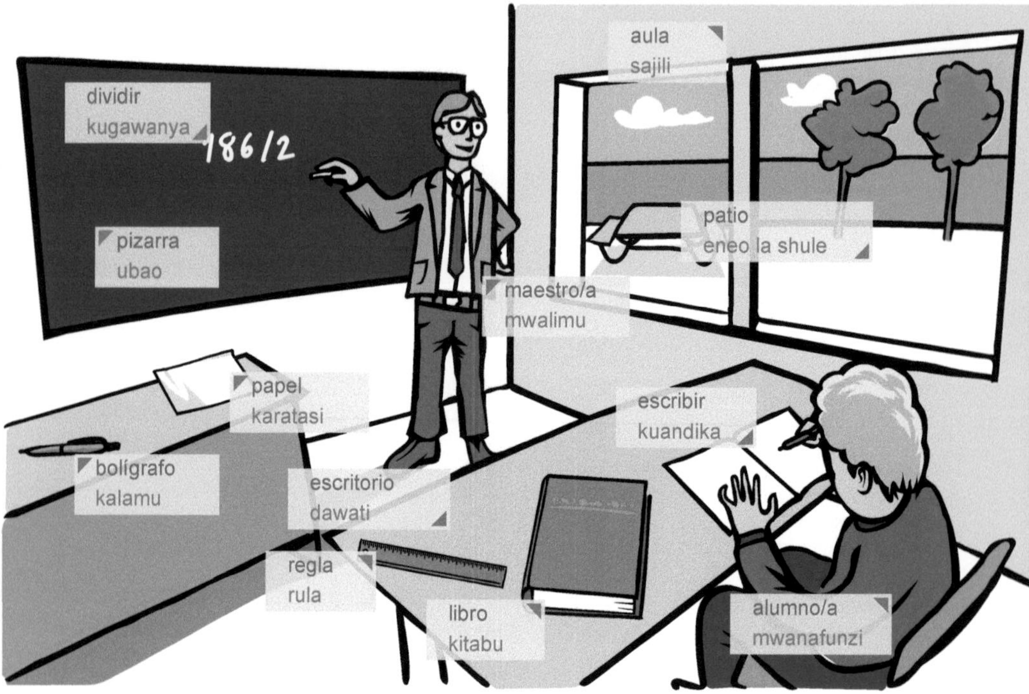

aula
sajili
dividir
kugawanya
186/2
pizarra
ubao
patio
eneo la shule
maestro/a
mwalimu
papel
karatasi
escribir
kuandika
bolígrafo
kalamu
escritorio
dawati
regla
rula
libro
kitabu
alumno/a
mwanafunzi


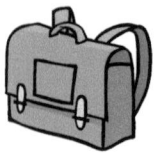

cartera
mkoba

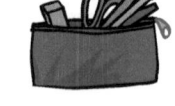

caja de lápices
kikasha cha penseli

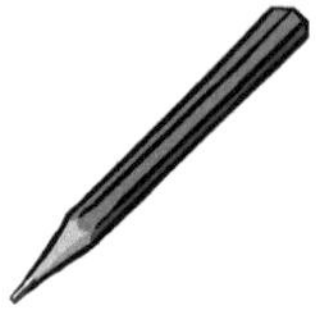

lápiz
penseli

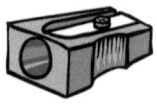

sacapuntas
kichonga penseli

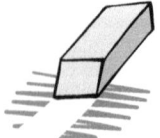

goma de borrar
mpira

cuaderno de dibujo
pedi ya kuchora

dibujo

uchoraji

pincel

brashi ya rangi

caja de pinturas

sanduku la rangi

tijeras

mkasi

pegamento

gundi

cuaderno de ejercicios

daftari

deberes

kazi ya nyumbani

número

nambari

2+2

sumar

jumlisha

5-2

restar

ondoa

2×2

multiplicar

zidisha

calcular

kokotoa

A

letra

barua

ABCDEFG
HIJKLMN
OPQRSTU
VWXYZ

alfabeto

alfabeti

palabra

neno

texto
maandishi

leer
kusoma

tiza
chaki

lección
somo

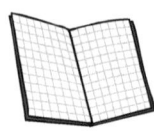

cuaderno de notas
sajili

examen
uchunguzi

certificado
cheti

uniforme escolar
sare za shule

educación
elimu

enciclopedia
elezo

universidad
chuo kikuu

microscopio
darubini

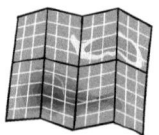

mapa
ramani

papelera
kikapu cha kuweka karatasi
chafu

# viaje
# usafiri

hotel
hoteli
Grand
albergue
hosteli
ROOMS
oficina de cambio de divisas
ofisi ya ubadilishanaji
EXCHANGE
maleta
sanduku
coche
gari


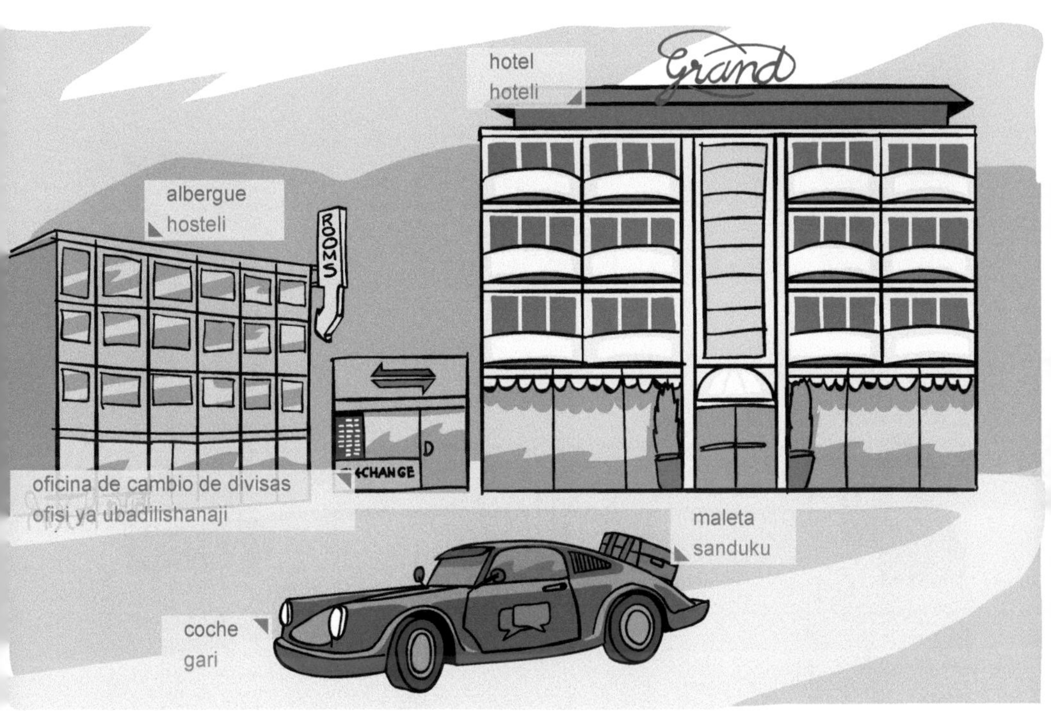

idioma

lugha

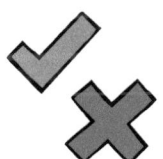

sí / no

ndiyo / la

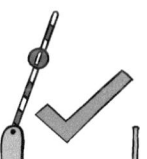

Vale

sawa

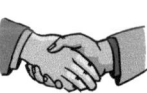

hola

hujambo

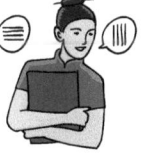

traductor

mtafsiri

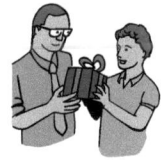

Gracias

Asante

¿cuánto es...?

kiasi gani ni ...?

No entiendo

Sielewi

problema

tatizo

¡Buenas tardes!

Jioni njema!

¡Buenos días!

Habari za asubuhi!

¡Buenas noches!

Usiku mwema!

adiós

kwa heri

dirección

mwelekeo

equipaje

mizigo

bolsa

mfuko

mochila

shanta

invitado

mgeni

habitación

chumba

saco de dormir

begi la kulalia

tienda de campaña

hema

información turística

taarifa ya utalii

playa

ufuo

tarjeta de crédito

kadi

desayuno

kifunguakinywa

almuerzo

chakula cha mchana

cena

chakula cha jioni

billete

tiketi

ascensor

kuinua

sello

muhuri

frontera

mpaka

aduana

mila

embajada

ubalozi

visa

visa

pasaporte

pasipoti

# transporte
## usafiri

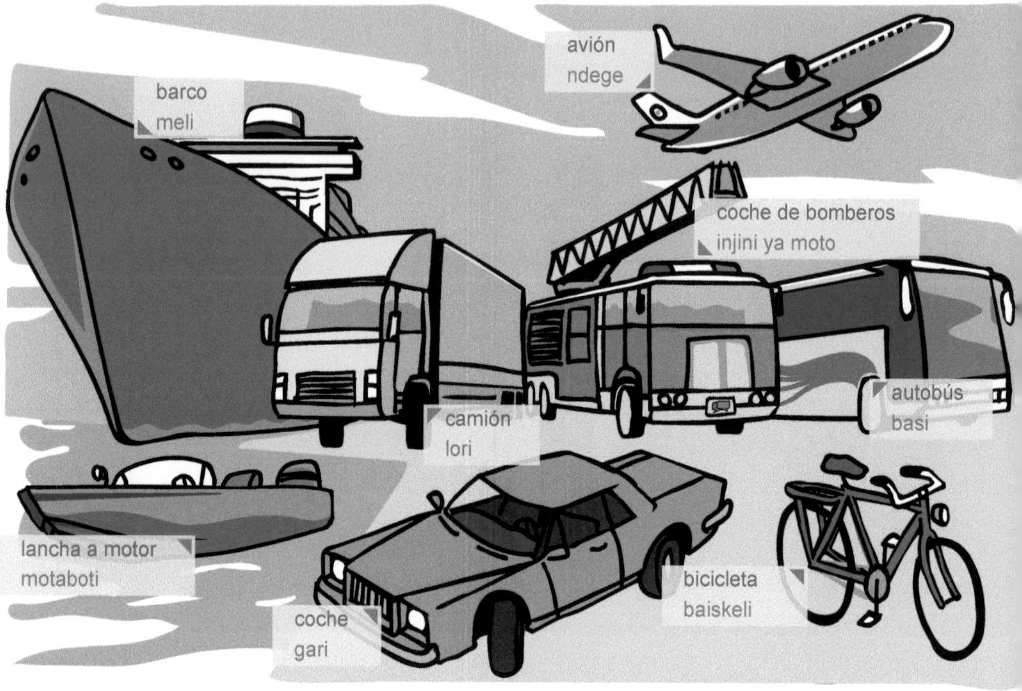
avión
ndege
barco
meli
coche de bomberos
injini ya moto
autobús
basi
camión
lori
lancha a motor
motaboti
bicicleta
baiskeli
coche
gari

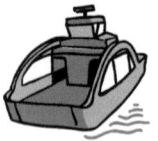

transbordador

feri

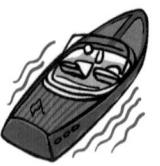

barca

mashua

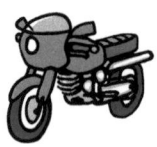

moto

pikipiki

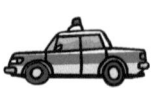

coche de policía

gari la polisi

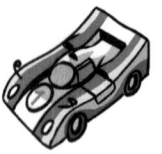

coche de carreras

gari la mashindano

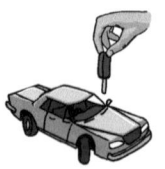

coche de alquiler

gari la kukodisha

préstamo de vehículos

kushiriki gari

grúa

lori la kuvuta

camión de la basura

ukusanyaji taka

motor

motor

gasolina

mafuta

gasolinera

kituo cha mafuta

señal de tráfico

ishara trafiki

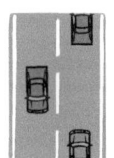

tráfico

trafiki

atasco

msongamano

aparcamiento

maegesho

estación de tren

kituo cha treni

vías

reli

tren

garimoshi

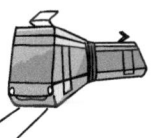

tranvía

tremu

vagón

gari la mizigo

helicóptero

helikopta

aeropuerto

uwanja wa ndege

torre

mnara

pasajero

abiria

contenedor

chombo

caja de cartón

katoni

carretilla

mkokoteni

cesta

kikapu

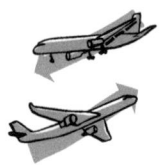

despegar / aterrizar

ondoka

## ciudad

## jiji

pueblo

kijiji

centro de ciudad

katikati ya jiji

casa

nyumba

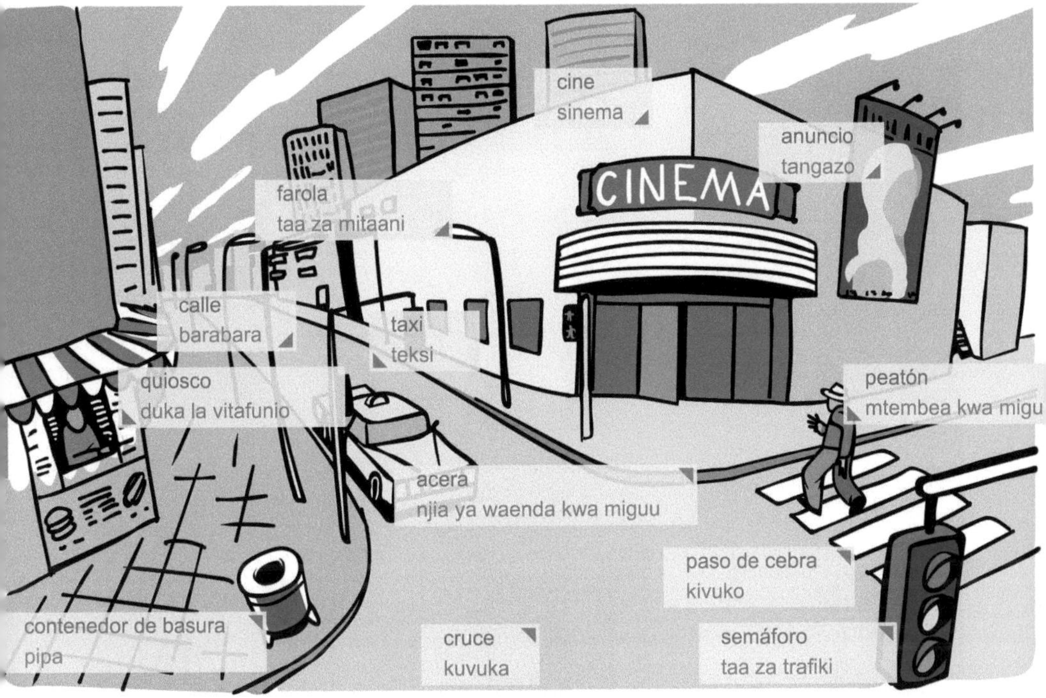

cine
sinema

anuncio
tangazo

farola
taa za mitaani

CINEMA

calle
barabara

taxi
teksi

quiosco
duka la vitafunio

peatón
mtembea kwa migu

acera
njia ya waenda kwa miguu

paso de cebra
kivuko

contenedor de basura
pipa

cruce
kuvuka

semáforo
taa za trafiki

cabaña

kibanda

apartamento

gorofa

estación de tren

kituo cha treni

ayuntamiento

ukumbi wa mji

museo

Makavazi

escuela

shule

universidad

chuo kikuu

banco

benki

hospital

hospitali

hotel

hoteli

farmacia

duka la dawa

oficina

ofisi

librería

duka la kitabu

tienda

duka

floristería

duka la maua

supermercado

dukakuu

mercado

soko

grandes almacenes

idara ya kuhifadhi

pescadería

mwuza samaki

centro comercial

kituo cha ununuzi

puerto

bandari

parque

Hifadhi

banco

benki

puente

daraja

escaleras

vidato

metro

chini ya ardhi

túnel

handaki

parada de autobús

kituo cha mabasi

bar

bar

restaurante

mgahawa

buzón

sanduku la posta

poste indicador

ishara ya barabara

parquímetro

mita ya maegesho

zoo

bustani ya wanyama

piscina

kidimbwi cha kuogelea

mezquita

msikiti

granja

shamba

contaminación

uchafuzi

cementerio

makaburini

iglesia

kanisa

patio de juego

uwanja wa michezo

templo

hekalu

# paisaje
# mazingira

hoja
jani

señal
ishara ya mwelekeo

camino
njia

prado
malisho

piedra
jiwe

excursionista
mtembeaji wa masafa

árbol
mti

río
mto

hierba
nyasi

flor
ua

valle

bonde

colina

kilima

lago

ziwa

bosque

msitu

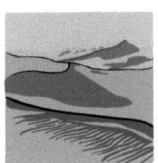

desierto

jangwa

volcán

volkano

castillo

ngome

arcoíris

upinde wa mvua

champiñón

uyoga

palmera

mtende

mosquito

mbu

mosca

kuruka

hormiga

chungu

abeja

nyuki

araña

buibui

escarabajo

mende

rana

chura

ardilla

kuchakuro

erizo

nungunungu

liebre

sungura

lechuza

bundi

pájaro

ndege

cisne

swan

jabalí

nguruwe mwitu

ciervo

kulungu

alce

aina ya kongoni

presa

bwawa

turbina eólica

tabo ya upepo

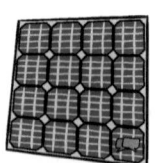

panel solar

nishaji ya jua

clima

hali ya hewa

# restaurante
# mgahawa

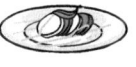

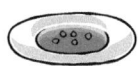

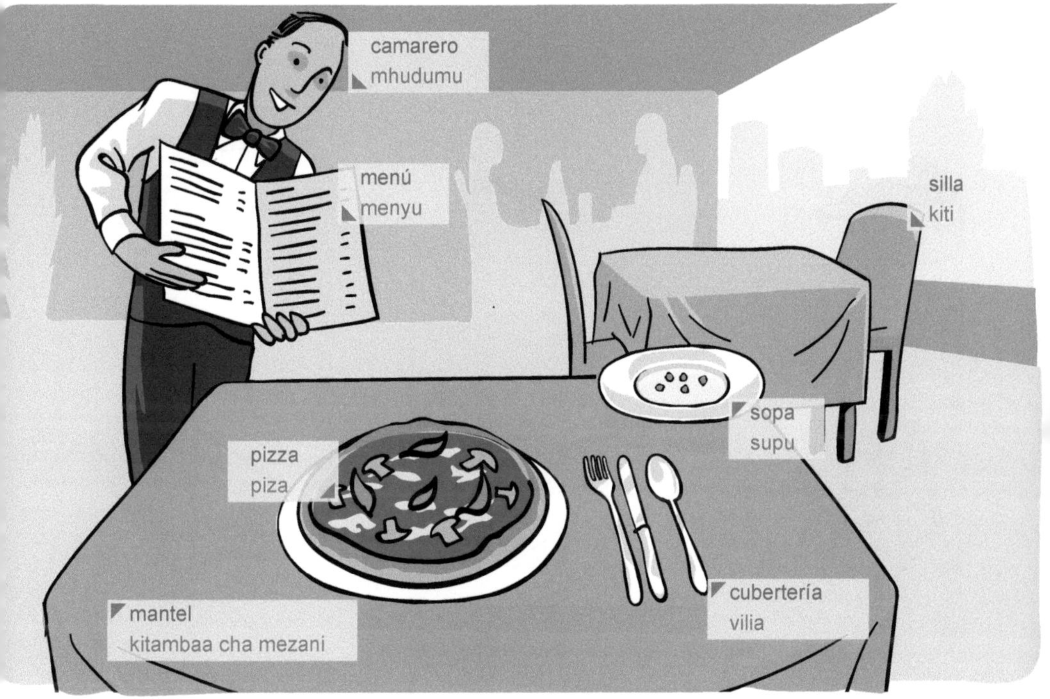
camarero
mhudumu
menú
menyu
silla
kiti
sopa
supu
pizza
piza
mantel
kitambaa cha mezani
cubertería
vilia

primer plato

kiamsha hamu

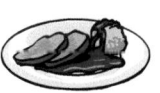

plato principal

kozi kuu

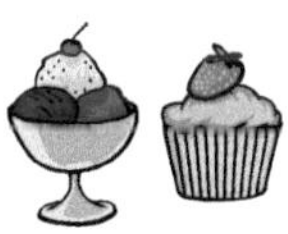

postre

kitindamlo

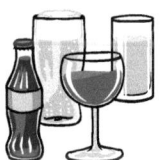

bebidas

vinywaji

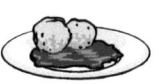

comida

chakula

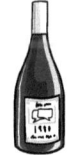

botella

chupa

comida rápida

chakula cha haraka

comida callejera

Streetfood

tetera

buli

azucarero

kisanduku cha sukari

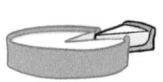

porción

sehemu

cafetera expreso

mashine ya espresso

trona

kiti kirefu

cuenta

muswada

bandeja

trei

cuchillo

kisu

tenedor

uma

cuchara

kijiko

cucharilla

kijiko cha chai

servilleta

nepi

vaso

glasi

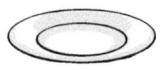

plato

sahani

plato hondo

sahani ya supu

platillo

sufuria

salsa

mchuzi

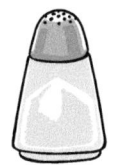

salero

kichanyaji chumvi

molinillo de pimienta

kinu cha pilipili

vinagre

siki

aceite

mafuta

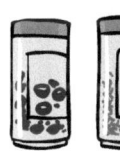

especias

viungo

ketchup

kechapu

mostaza

haradali

mayonesa

kachumbari nzito

# supermercado
# dukakuu

oferta especial
ofa maalum
FOR
cliente
mteja
lácteos
maziwa
fruta
matunda
carro de la compra
toroli

BUTCHERS

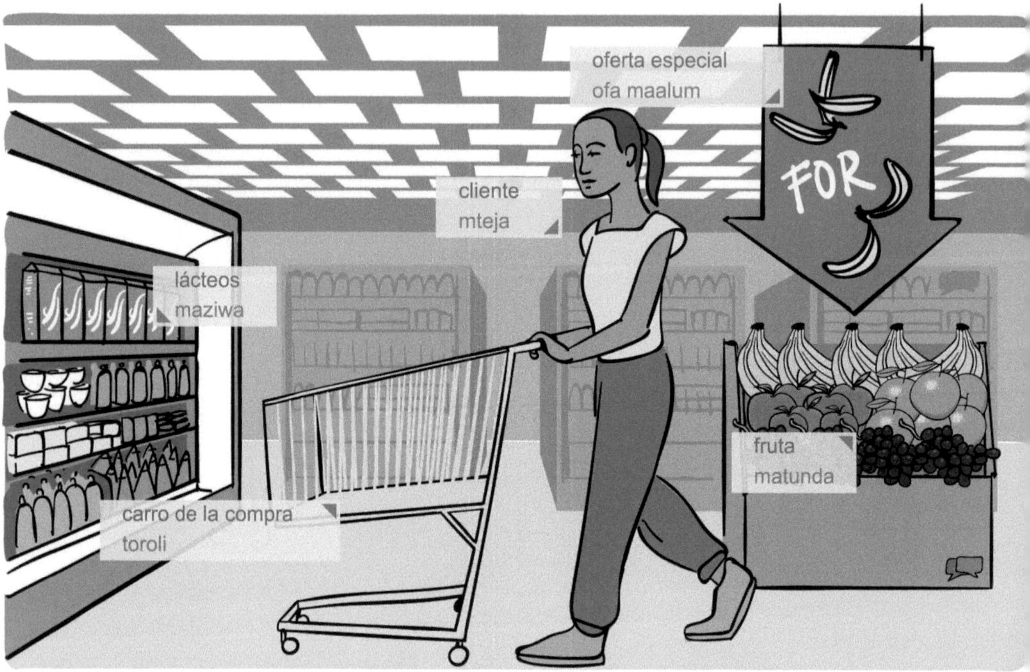

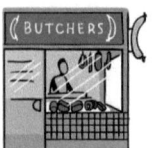

carnicería
mchinjaji

BAKERY

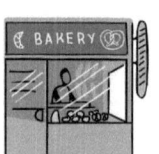

panadería
mwokaji

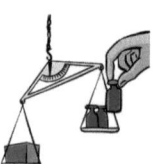

pesar
uzito

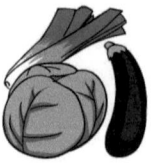

verduras
mboga

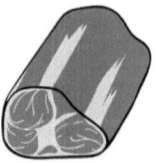

carne
nyama

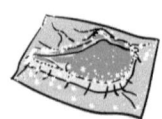

alimentos congelados
chakula waliohifadhiwa

fiambres

vipande vya nyama baridi

conservas

chakula cha kopo

detergente en polvo

sabuni ya unga

dulces

pipi

productos de uso doméstico

bidhaa za kaya

productos de limpieza

bidhaa za kusafisha

vendedora

mtu mauzo

caja

mpaka

cajero

keshia

lista de la compra

orodha ya manunuzi

horario de atención al público

masaa ya ufunguzi

cartera

mkoba

tarjeta de crédito

kadi

bolsa

mfuko

bolsa de plástico

mfuko wa plastiki

agua

maji

zumo

sharubati

leche

maziwa

cola

coke

vino

mvinyo

cerveza

bia

alcohol

pombe

cacao

kakao

té

chai

café

kahawa

expreso

spreso

capuchino

kapuchino

plátano
................
ndizi

manzana
................
tufaha

naranja
................
machungwa

melón
................
tikiti

limón
................
lemon

zanahoria
................
karoti

ajo
................
kitunguu saumu

bambú
................
mianzi

cebolla
................
kitunguu

champiñón
................
uyoga

avellanas
................
karanga

fideos
................
nudo

espagueti

spageti

arroz

mpunga

ensalada

saladi

patatas fritas

vibanzi

patatas fritas

viazi vya kukaanga

pizza

piza

hamburguesa

hambaga

sándwich

sandwichi

filete

kipande

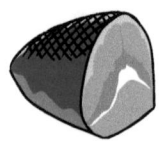

jamón

paja la mnyama

salami

salami

salchicha

soseji

pollo

kuku

asado

choma

pescado

samaki

copos de avena

oats ya uji

muesli

muesli

copos de maíz

cornflakes

harina

unga

cruasán

kroisanti

panecillo

andazi

pan

mkate

tostada

mkate wa kubanika

galletas

biskuti

mantequilla

siagi

cuajada

maziwa mgando

pastel

keki

huevo

yai

huevo frito

yai kukaanga

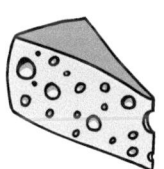

queso

jibini

helado

aiskrimu

azúcar

sukari

miel

asali

mermelada

jemu

crema de turrón

kuenea kwa chokoleti

curry

mchuzi wa viungo

# granja
# shamba

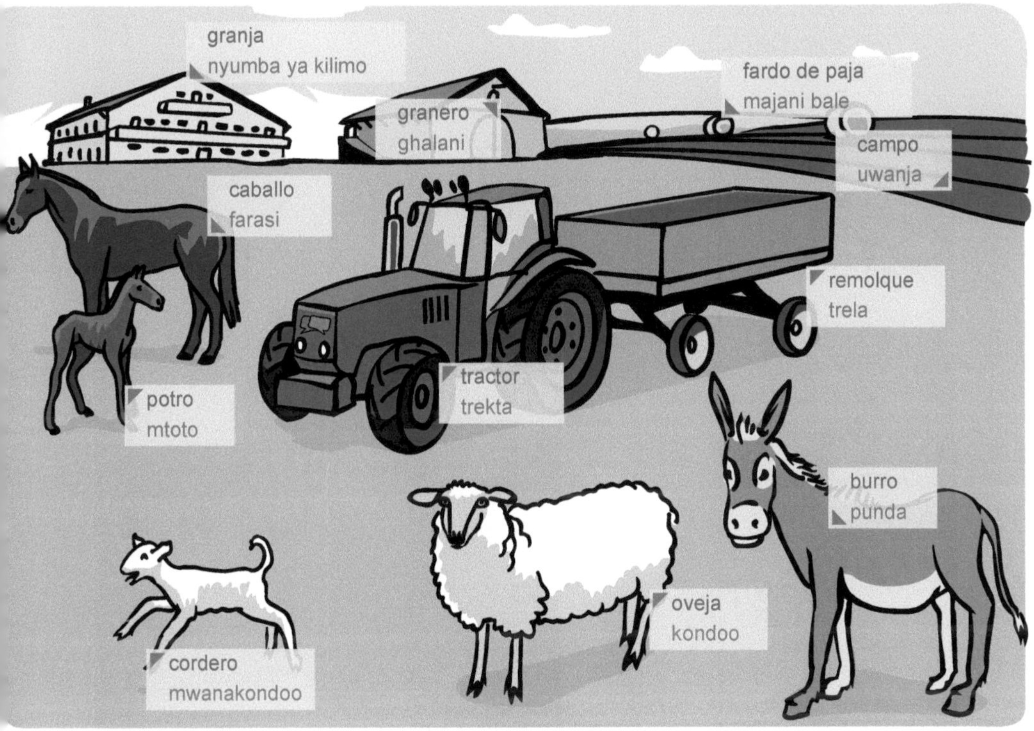
granja
nyumba ya kilimo
granero
ghalani
fardo de paja
majani bale
campo
uwanja
caballo
farasi
remolque
trela
tractor
trekta
potro
mtoto
burro
punda
oveja
kondoo
cordero
mwanakondoo

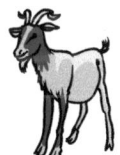

cabra

mbuzi

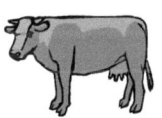

vaca

ng'ombe

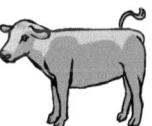

ternero

ndama

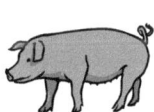

cerdo

nguruwe

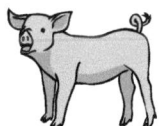

cerdito

mwananguruwe

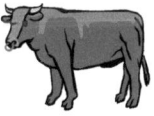

toro

fahali

ganso

batabukini

pato

bata

pollo

kifaranga

gallina

kuku

gallo

jogoo

rata

panya

gato

paka

ratón

panya

buey

ng'ombe

perro

mbwa

perrera

nyumba ya mbwa

manguera

bomba la bustani

regadera

debe la kumwagilia maji

guadaña

fyekeo

arado

kulima

hoz

mundu

azada

jembe

horca

uma wa nyasi

hacha

shoka

carretilla

toroli

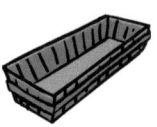

abrevadero

kupitia nyimbo

lechera

chombo cha maziwa

saco

gunia

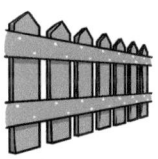

valla

ua

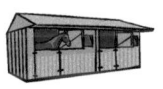

establo

imara

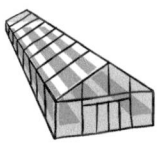

invernadero

chafu

suelo

udongo

semilla

mbegu

fertilizador

mbolea

cosechadora

kivunaji

cosechar

mavuno

cosecha

mavuno

ñame

viazi vikuu

trigo

ngano

soja

soya

patata

viazi

maíz

mahindi

semilla de colza

rapa

árbol frutal

mti wa matunda

mandioca

muhogo

cereales

nafaka

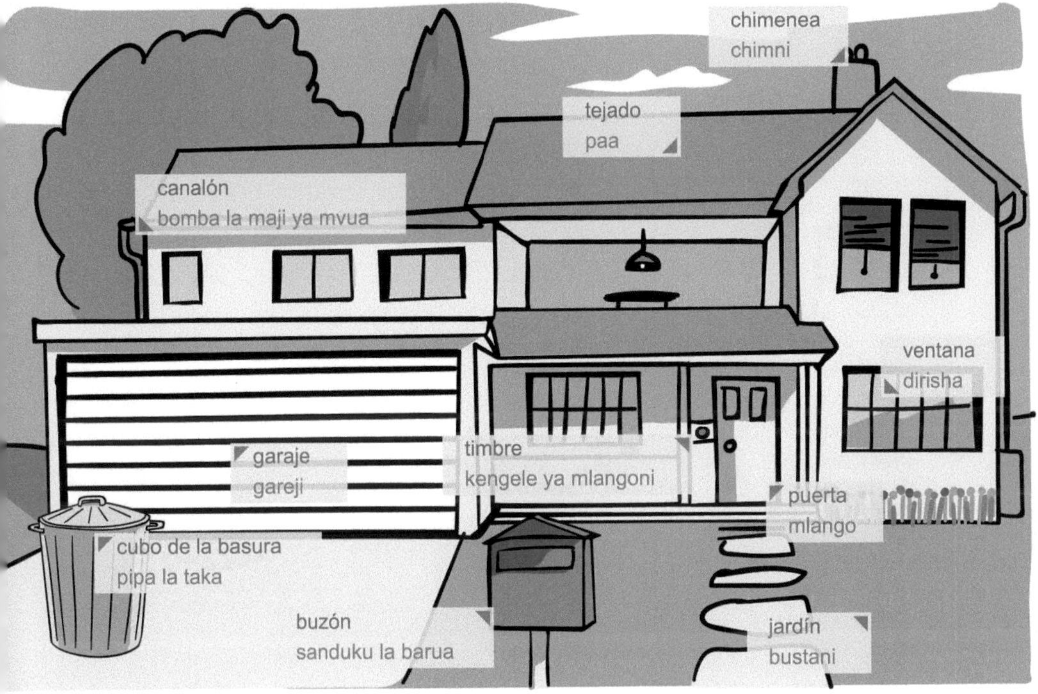

chimenea
chimni

tejado
paa

canalón
bomba la maji ya mvua

ventana
dirisha

garaje
gareji

timbre
kengele ya mlangoni

puerta
mlango

cubo de la basura
pipa la taka

buzón
sanduku la barua

jardín
bustani

sala

sebuleni

cuarto de baño

bafu

cocina

jikoni

dormitorio

chumba cha kulala

habitación de los niños

chumba ya mtoto

comedor

chumba cha kulia

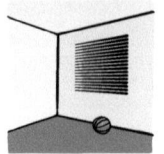

suelo

sakafu

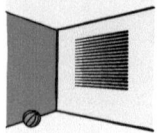

pared

ukuta

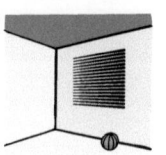

techo

dari

sótano

pishi

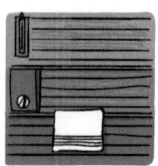

sauna

sauna

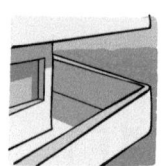

balcón

roshani

terraza

mtaro

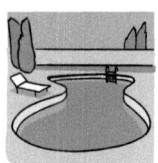

piscina

kidimbwi

cortacésped

mashine ya kukata nyasi

sábana

karatasi

colcha

kitambaa cha kupamba
kitanda

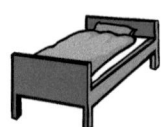

cama

kitanda

escoba

ufagio

balde

ndoo

interruptor

kubadili

# sala
# sebuleni

papel pintado
mandhari
imagen
picha
lámpara
taa
estante
rafu
armario
kabati
televisión
televisheni/runinga
chimenea
mekoni
flor
ua
cojín
mto
sofá
sofa
jarrón
chombo cha maua
mando a distancia
kitenzambali

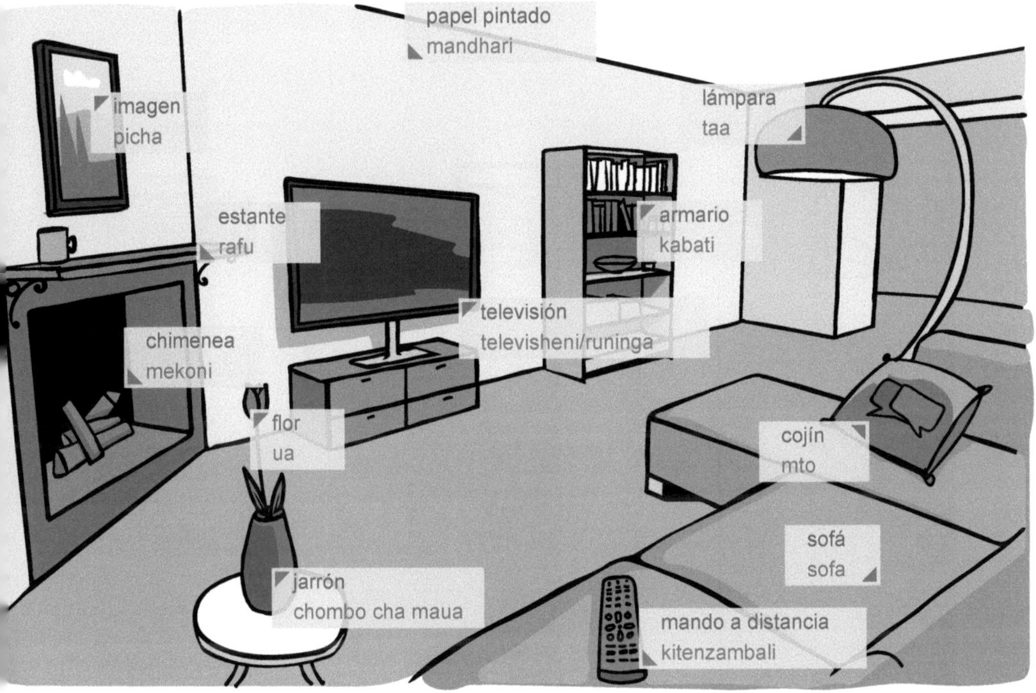

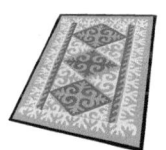

alfombra
zulia

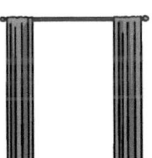

cortina
pazia

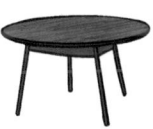

mesa
meza

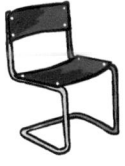

silla
kiti

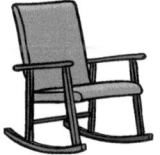

mecedora
kiti cha bembea

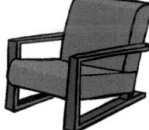

butaca
armchair

libro
kitabu

manta
blanketi

decoración
mapambo

leña
kuni

película
filamu

equipo de música
kifaa cha hi-fi

llave
ufunguo

periódico
gazeti

pintura
uchoraji

póster
bango

radio
redio

cuaderno
daftari

aspiradora
kifyonza

cactus
dungusi kakati

vela
mshumaa

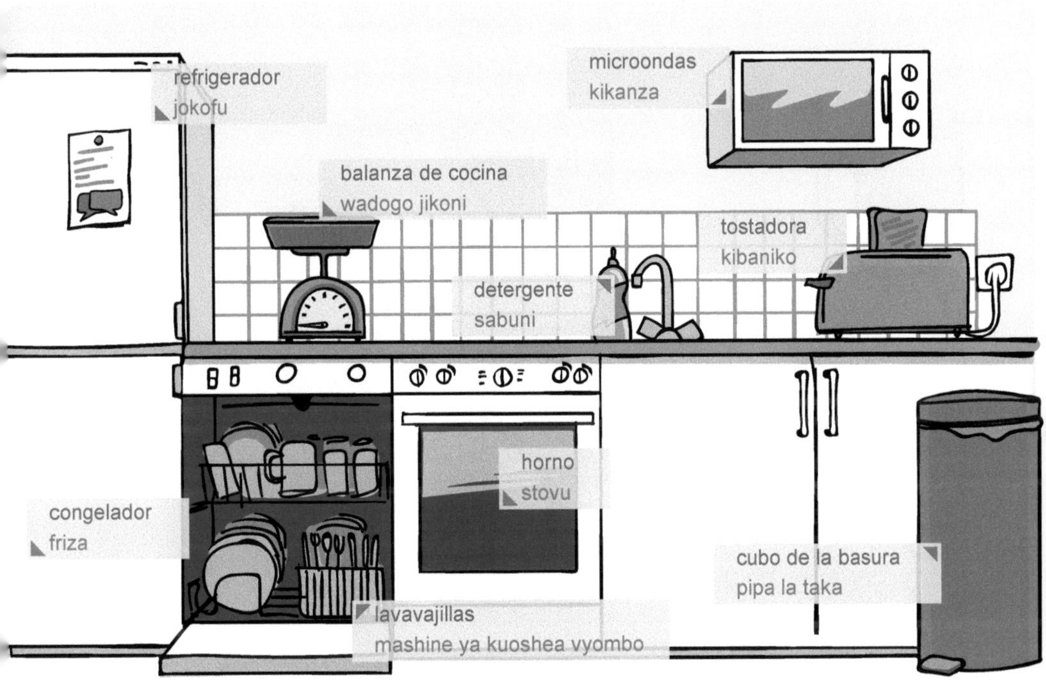

refrigerador
jokofu

microondas
kikanza

balanza de cocina
wadogo jikoni

tostadora
kibaniko

detergente
sabuni

horno
stovu

congelador
friza

cubo de la basura
pipa la taka

lavavajillas
mashine ya kuoshea vyombo

olla a presión

jiko la kupika

olla

chungu

olla de hierro fundido

sufuria ya chuma

wok / karahi

wok / kadai

cazuela

kaango

hervidor

birika

vaporera

stima

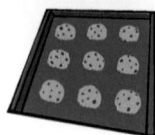

chapa de horno

sinia ya kuoka

vajilla

vyombo vya udongo

taza

kombe

tazón

bakuli

palillos

vijiti vya kulia

cucharón

ukawa

espumadera

mwiko mpana

batidor

burashi

colador

kichujio

cedazo

chujio

rallador

mbuzi

mortero

chokaa

barbacoa

barbeque

hoguera

moto wazi

tabla de picar

ubao wa majaribio

rodillo

kijiti cha kusukuma unga

sacacorchos

kizibuo

lata

kopo

abrelatas

inaweza kopo

agarrador

kishikio cha chungu

lavabo

karo

cepillo

brashi

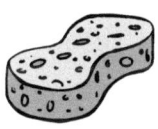

esponja

sifongo

batidora

kisagaji matunda

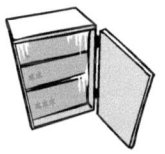

congelador

friji ya kina

biberón

chupa ya mtoto

grifo

bomba

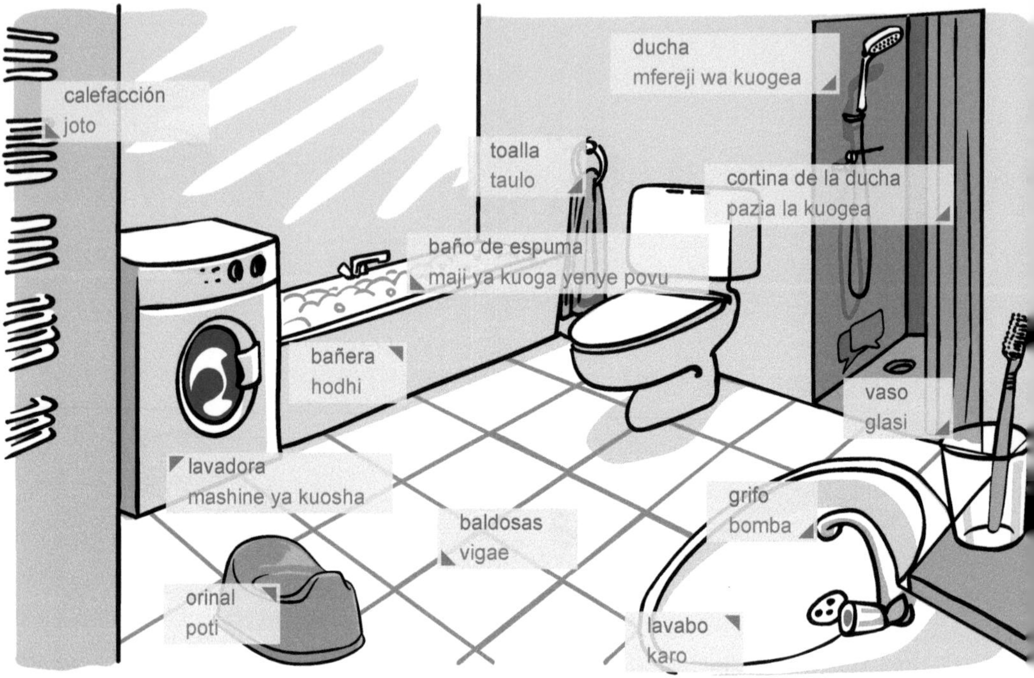

calefacción
joto

ducha
mfereji wa kuogea

toalla
taulo

cortina de la ducha
pazia la kuogea

baño de espuma
maji ya kuoga yenye povu

bañera
hodhi

vaso
glasi

lavadora
mashine ya kuosha

baldosas
vigae

grifo
bomba

orinal
poti

lavabo
karo

inodoro

choo

inodoro rústico

choo cha squat

bidé

beseni la mviringo

urinario

choo cha umma

papel higiénico

shashi

escobilla del váter

brashi ya choo

cepillo de dientes

mswaki

pasta de dientes

dawa ya meno

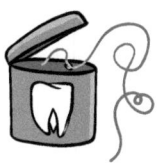

hilo dental

dawa ya meno

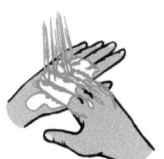

lavar

safisha

ducha de mano

kuoga mkono

ducha íntima

msukumo wa maji

pila

bonde

cepillo de espalda

mpako wa pili

jabón

sabuni

gel de ducha

jeli ya kuogea

champú

shampuu

toallita

flana

desagüe

toa maji

crema

krimu

desodorante

kiondoa harufu

espejo

kioo

espejo de tocador

kioo mkono

maquinilla de afeitar

kinyozi

espuma de afeitar

povu la kunyoa

loción postafeitado

baada ya kunyoa

peine

kichana

cepillo

brashi

secador

kikausha nywele

laca

marashi ya nyewele

maquillaje

vipodozi

pintalabios

kidomwa

pintauñas

varnish ya msumari

algodón

pamba

cortauñas

mkasi wa kucha

perfume

manukato

estuche de viaje
..................
mkoba wa kuosha

banqueta
..................
kinyesi

balanza
..................
mizani

albornoz
..................
nguo ya kuoga

guantes de goma
..................
glavu za mpira

tampón
..................
kisodo

compresa
..................
sodo

inodoro químico
..................
kemikali choo

# habitación de los niños
## chumba ya mtoto

despertador
saa ya kengele
peluche
kidoli cha kupakata
coche de juguete
gari bandia
sonajero
kelele
casa de muñecas
chumba cha midoli
regalo
sasa


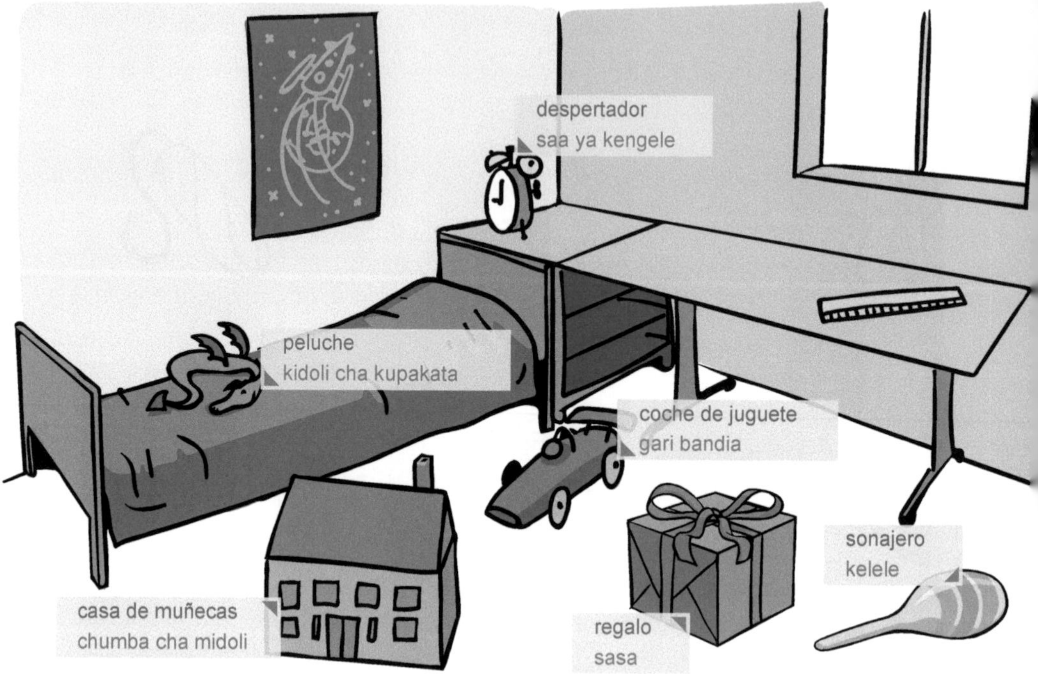

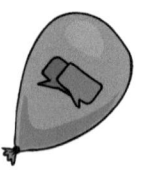

globo
baluni

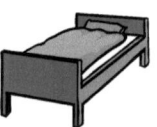

cama
kitanda

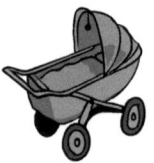

coche de niño
mashua

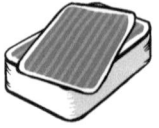

naipes
staha ya kadi

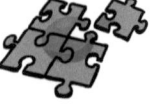

puzle
mchezo-fumb

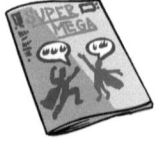

tebeo
vichekesho

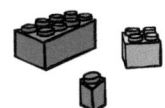

piezas de lego

matofali lego

bloques de juguete

vitalu mwigo

figura de acción

hatua takwimu

bodi (de bebé)

suti ya kulalia

frisbee

kisahani

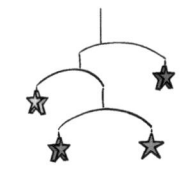

colgador móvil para bebés

simu

juego de mesa

ubao wa michezo

dados

kete

circuito de tren eléctrico

garimoshi mwigo

maniquí

dummy

fiesta

chama

álbum de fotos

picha kitabu

pelota

mpira

muñeca

kikaragosi

jugar

kucheza

cajón de arena

shimo la mchanga

columpio

bembea

juguetes

vitu bandia

videoconsola

kiweko cha video ya mchezo

triciclo

baiskeli ya magurudumu

oso de peluche

mwanasesere

guardarropa

kabati

matatu

## ropa

## nguo

calcetines

soksi

medias

stokingi

leotardos

kibano

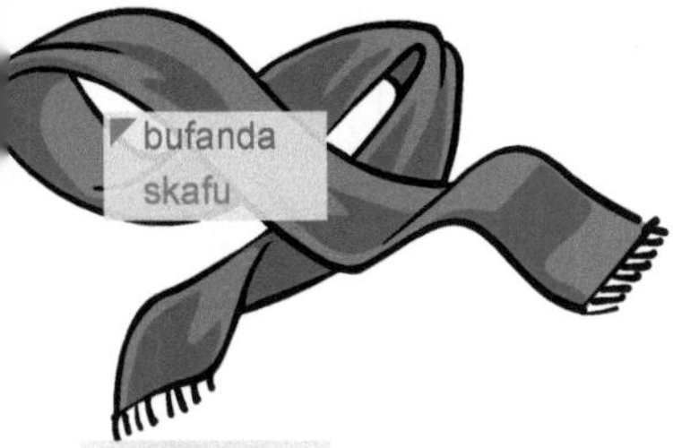

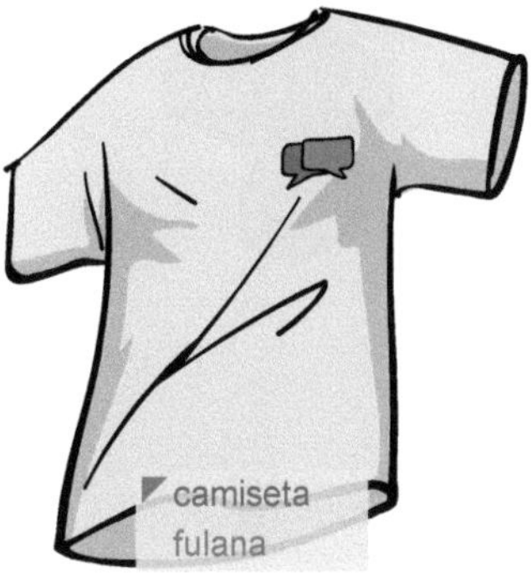

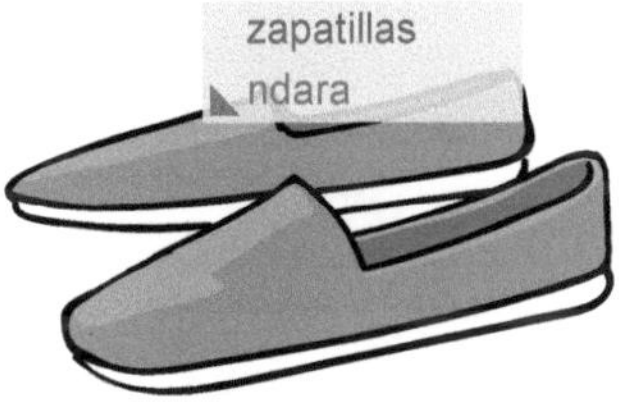

bufanda
skafu

cinturón
ukanda

paraguas
mwavuli

camiseta
fulana

botas
viatu

zapatillas
ndara

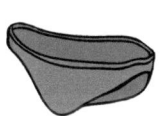
deportivas
wakufunzi

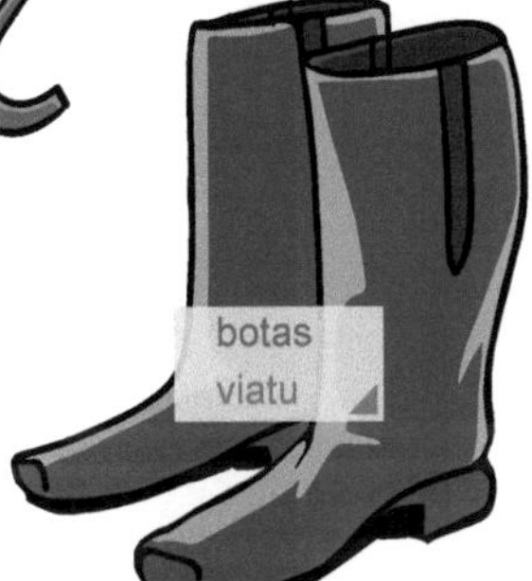

sandalias

malapa

zapatos

viatu

botas de goma

mabuti ya mpira

slip

suruali ya ndani

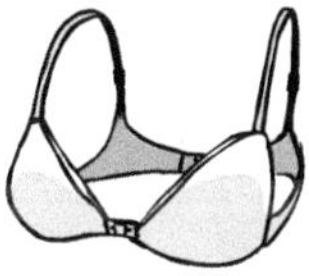

sostén

sidiria

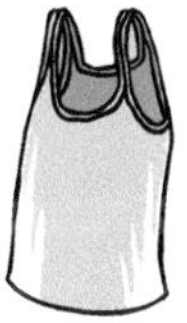

chaleco

fulana

bodi

mwili

pantalones

suruali

vaqueros

dangirizi

falda

sketi

blusa

blauzi

camisa

shati

jersey

vuta

suéter

sweta

blazer

bleza

chaqueta

jaketi

abrigo

koti

gabardina

koti la mvua

traje

maleba

vestido

gauni

vestido de novia

mavazi ya harusi

traje

suti

camisón

vazi la usiku

pijama

pajama

sari

sari

bandana

skafu

turbante

kilemba

burka

burka

caftán

kaftan

abaya

abaya

traje de baño

vazi la kuogelea

bañador

vazi la kiume la kuogelea

pantalones cortos

kaptura

chándal

teitei

delantal

aproni

guantes

glavu

botón

kifungo

gafas

glasi

brazalete

bangili

collar

mkufu

anillo

pete

pendiente

herini

gorra

kofia

percha

kiango cha koti

sombrero

kofia

corbata

tai

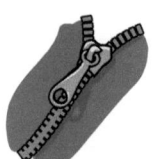

cremallera

zipu

casco

kofia

tirantes

kanda za suruali

uniforme escolar

sare za shule

uniforme

sare

babero

bibu

maniquí

dummy

pañal

nepi

servidor
seva

archivo
kabati la kuweka faili

impresora
kichapishaji

monitor
kiwambo

papel
karatasi

ratón
kipanya

escritorio
dawati

carpeta
folda

teclado
kibodi

silla
kiti

elera
ou cha kuweka karatasi chafu

ordenador
kompyuta

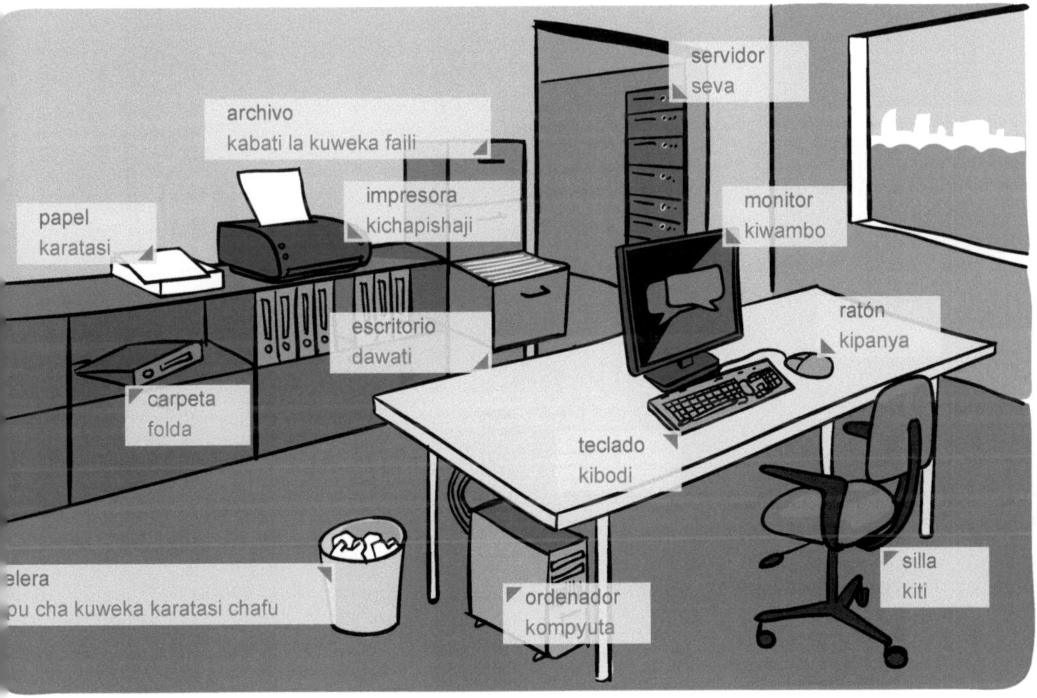

taza de café

kmobe la kahawa

calculadora

kikokotoo

internet

biashara

oficina - ofisi

49

portátil

mbali

carta

barua

mensaje

ujumbe

móvil

rununu

red

intaneti

fotocopiadora

fotokopia

software

programu

teléfono

simu

toma de corriente

soketi

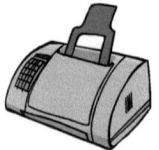

fax

kipepesi

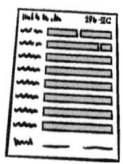

formulario

fomu

documento

hati

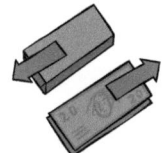

comprar
kununua

pagar
kulipa

comerciar
biashara

dinero
fedha

dólar
dola

euro
yuro

yen
yeni

rublo
rouble

franco suizo
faranga ya Uswisi

renminbi yuan
renminbi yuan

rupia
rupia

cajero automático
eneo la kulipia

oficina de cambio de divisas

ofisi ya ubadilishanaji

oro

dhahabu

plata

fedha

petróleo

mafuta

energía

nishati

precio

bei

contrato

mkataba

impuesto

kodi

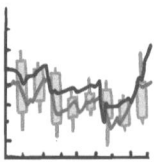

acción

bidhaa

trabajar

kazi

empleado

mfanyakazi

empleador

mwajiri

fábrica

kiwanda

tienda

duka

agente de policía
afisa wa polisi

bombero
mzimamoto

cocinero
mpishi

médico
daktari

piloto
rubani

jardinero

mtunza bustani

carpintero

seremala

costurera

mshonaji

juez

hakimu

farmacéutico

mwanakemia

actor

muigizaji

conductor de autobús

dereva wa basi

taxista

dereva wa teksi

pescador

mvuvi

señora de la limpieza

mwanamke wa kusafisha

techador

mwezekaji

camarero

mhudumu

cazador

mwindaji

pintor

mchoraji

panadero

mwokaji

electricista

umeme

obrero

mjenzi

ingeniero

mhandisi

carnicero

mchinjaji

fontanero

fundi bomba

cartero

mwanaposta

soldado

mwanajeshi

arquitecto

msanifu majengo

cajero

keshia

florista

muuza maua

peluquero

msusi

revisor

kondakta

mecánico

mekanika

capitán

nahodha

dentista

daktari wa meno

científico

mwanasayansi

rabino

rabbi

imán

imamu

monje

mtawa

sacerdote

kasisi

# herramientas
## zana

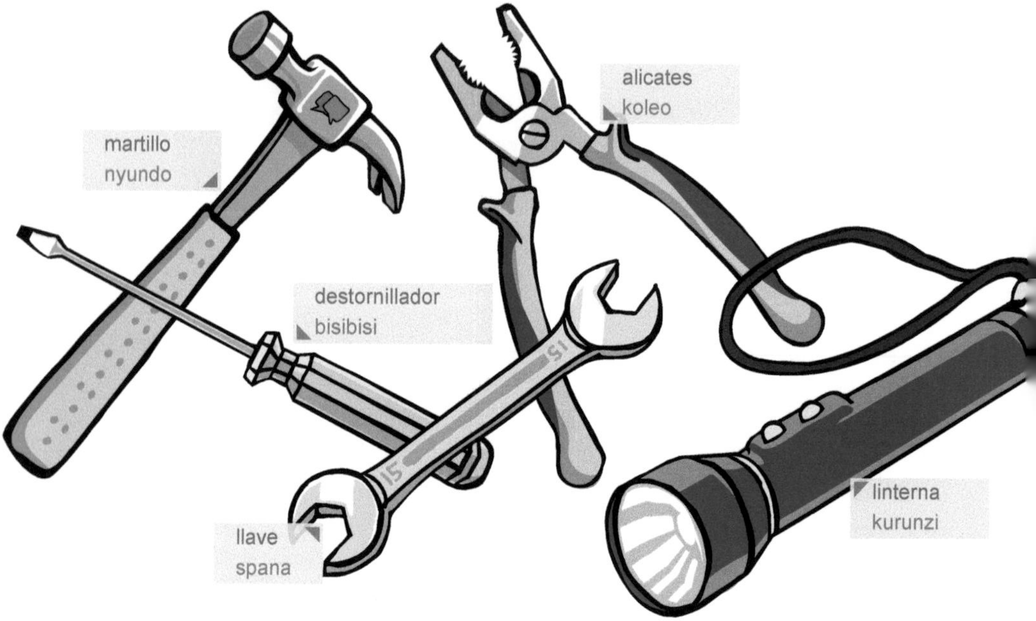
alicates
koleo
martillo
nyundo
destornillador
bisibisi
linterna
kurunzi
llave
spana

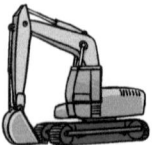

excavadora
mchimbaji

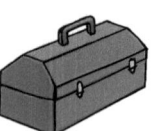

caja de herramientas
sanduku la vifaa

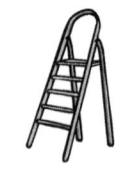

escalera de mano
ngazi

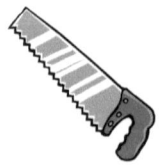

sierra
msumeno

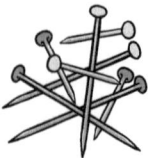

clavos
misumari

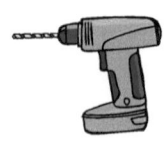

taladro
kuchimba visima

reparar

kukarabati

pala

sepetu

¡Maldita sea!

Lo!

recogedor

kishikio cha uchafu

bote de pintura

chungu cha rangi

tornillos

skurubu

## instrumentos musicales
## ala za muziki

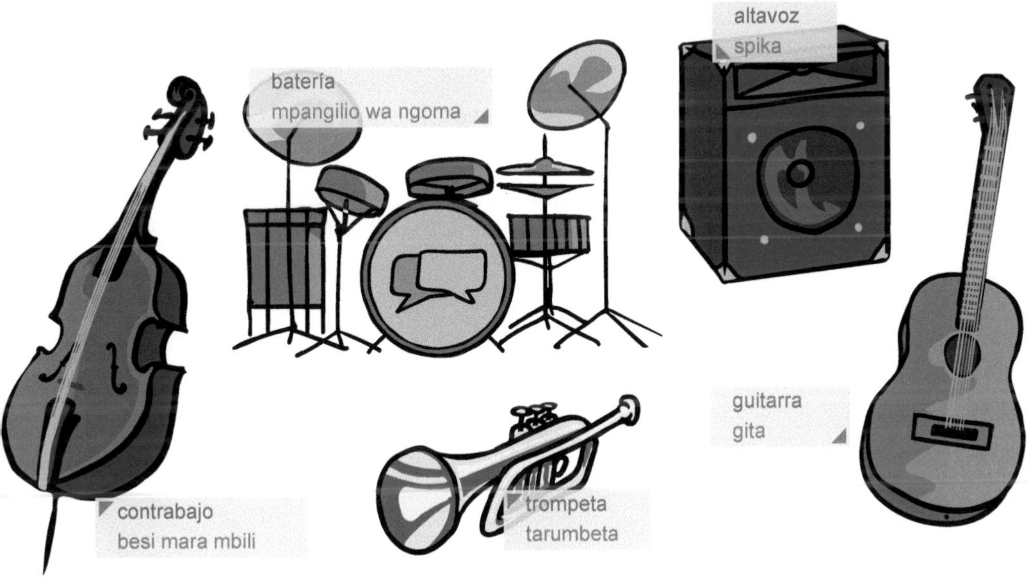

altavoz
spika

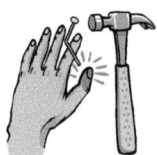

batería
mpangilio wa ngoma

guitarra
gita

contrabajo
besi mara mbili

trompeta
tarumbeta

piano
piano

violín
fidla

bajo
ubeji

timbales
timpani

tambor
ngoma

teclado
kibodi

saxofón
saksafoni

flauta
filimbi

micrófono
maikrofoni

# zoo
## bustani ya wanyama

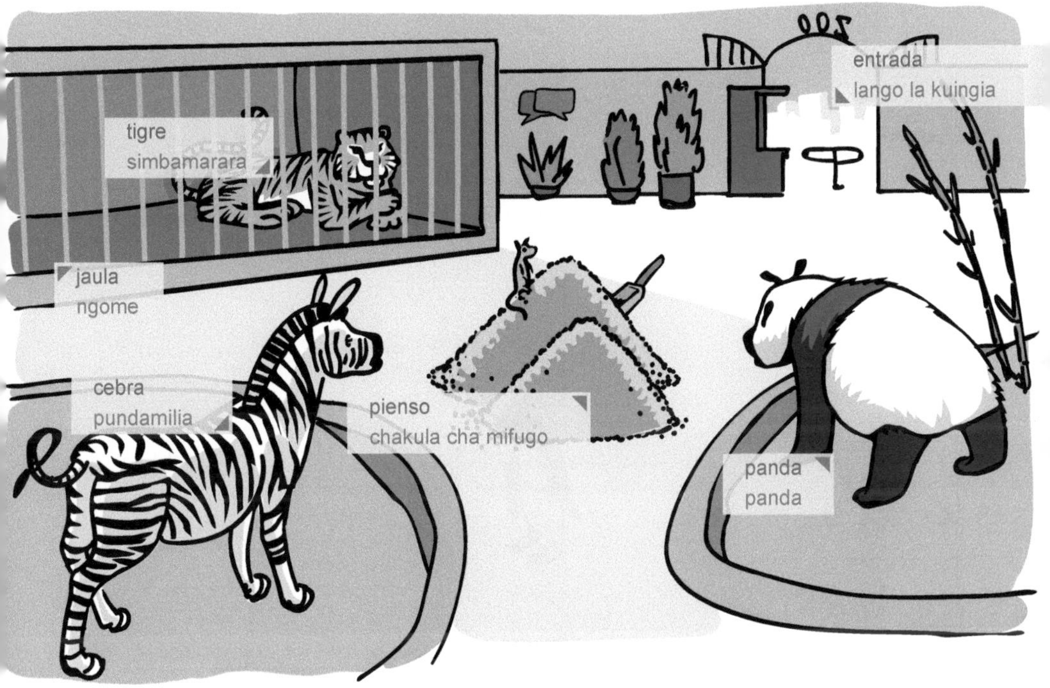

zoo
entrada
lango la kuingia
tigre
simbamarara
jaula
ngome
cebra
pundamilia
pienso
chakula cha mifugo
panda
panda


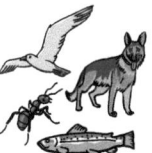

animales
wanyama

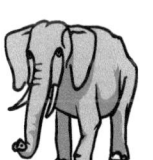

elefante
tembo

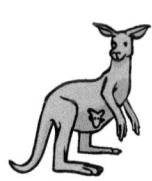

canguro
kangaruu

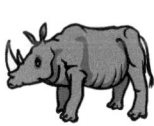

rinoceronte
kifaru

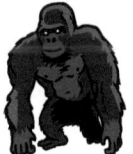

gorila
sokwe

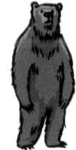

oso
dubu

camello

ngamia

avestruz

mbuni

león

simba

mono

tumbili

flamingo

heroe

loro

kasuku

oso polar

dubu

pingüino

penguini

tiburón

papa

pavo real

tausi

serpiente

nyoka

cocodrilo

mamba

guardián de zoológico

mtunza wanyama

foca

muhuri

jaguar

jaguar

poni
mwanafarasi

leopardo
chui

hipopótamo
kiboko

jirafa
twiga

águila
tai

jabalí
nguruwe mwitu

pescado
samaki

tortuga
kobe

morsa
sili

zorro
mbweha

gacela
paa

fútbol americano
soka ya marekani

ciclismo
uendeshaji baiskeli

tenis
tenisi

baloncesto
mpira wa kikapu

natación
kuogelea

boxeo
ndondi

hockey sobre hielo
magongo ya barafuni

| fútbol | bádminton | atletismo |
|---|---|---|
| soka | vinyoya | riadha |

| balonmano | esquí | polo |
|---|---|---|
| mpira wa mikono | skii | polo |

# actividades
# shughuli

saltar
kuruka
abrazar
kumbatia
reír
cheka
caminar
kutembea
cantar
kuimba
soñar
ota ndoto
rezar
kuomba
besar
busu


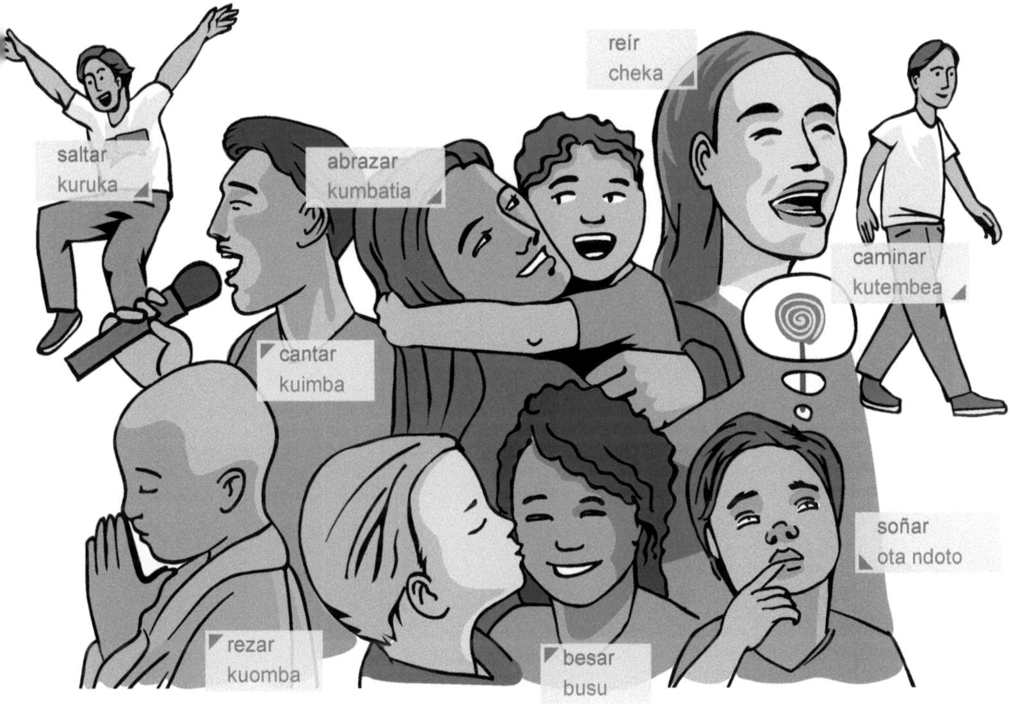

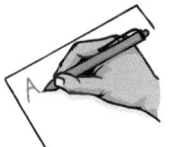

escribir
kuandika

dibujar
kuteka

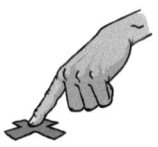

mostrar
angalia

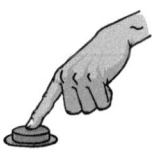

empujar
sukuma

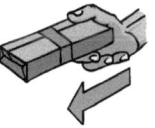

dar
kutoa

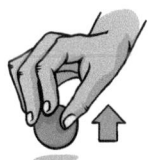

tomar
kuchukua

tener

kuwa

hacer

fanya

ser

kuwa

estar de pie

kusimama

correr

kukimbia

tirar

vuta

tirar

kutupa

caer

kuanguka

yacer

hadaa

esperar

kusubiri

llevar

kubeba

estar sentado

kukaa

vestirse

vaa nguo

dormir

usingizi

despertar

kuamka

mirar

kuangalia

llorar

lia

acariciar

kiharusi

peinar

chana nywele

hablar

ongea

entender

kuelewa

preguntar

kuuliza

escuchar

kusikiliza

beber

kunywa

comer

kula

ordenar

nadhifisha

amar

upendo

cocinar

mpishi

conducir

gari

volar

kuruka

navegar

meli

calcular

kokotoa

leer

kusoma

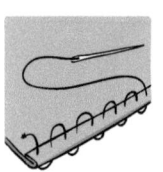

aprender

kujifunza

trabajar

kazi

casarse

kuoa

coser

kushona

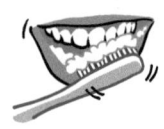

cepillarse los dientes

piga mswaki

matar

kuua

fumar

moshi

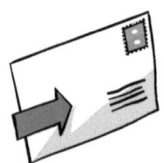

enviar

kutuma

abuela
bibi

abuelo
babu

padre
baba

madre
mama

bebé
mtoto

hija
binti

hijo
bin

invitado

mgeni

tía

shangazi

tío

mjomba

hermano

kaka

hermana

dada

# cuerpo
# mwili

frente
paji la uso
ojo
jicho
hombro
bega
dedo
kidole
cara
uso
barbilla
kidevu
mano
mkono
pierna
mguu
pecho
matiti
brazo
mkono

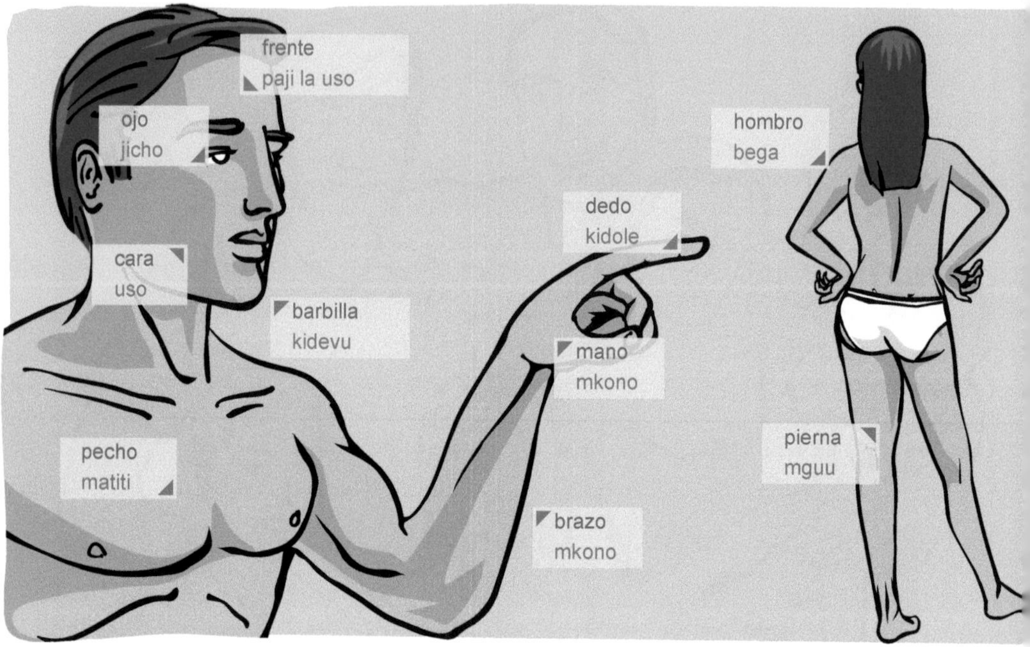

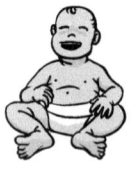

bebé

mtoto

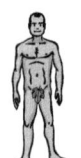

hombre

mwanamume

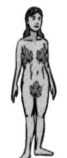

mujer

mwanamke

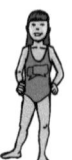

chica

msichana

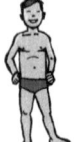

chico

mvulana

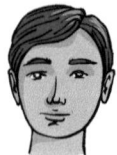

cabeza

kichwa

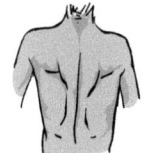

**espalda**
nyuma

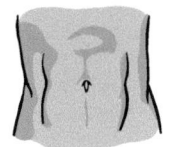

**vientre**
tumbo

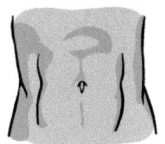

**ombligo**
kitovu

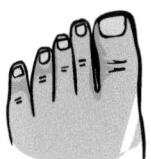

**dedo del pie**
chano

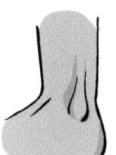

**talón**
kisigino

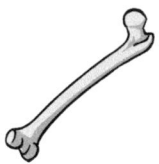

**hueso**
mfupa

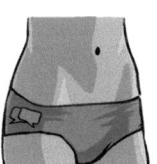

**cadera**
nyonga

**rodilla**
goti

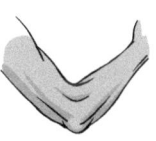

**codo**
kiwiko

**nariz**
pua

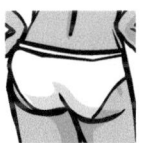

**trasero**
chini

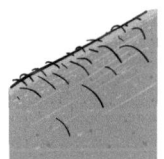

**piel**
ngozi

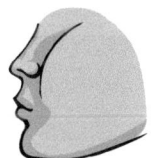

**mejilla**
shavu

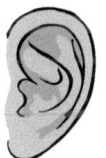

**oído**
sikio

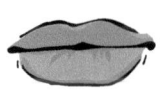

**labio**
mdomo

boca

kinywa

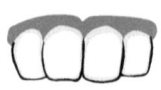

diente

jino

lengua

ulimi

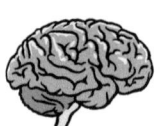

cerebro

ubongo

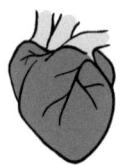

corazón

moyo

músculo

misuli

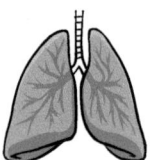

pulmón

pafu

hígado

ini

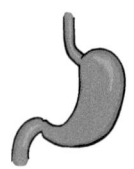

estómago

tumbo

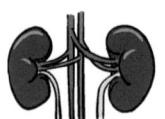

riñones

figo

sexo

jinsia

condón

kondomu

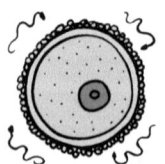

ovario

ovari

semen

shahawa

embarazo

mimba

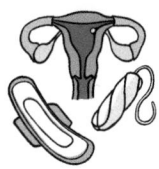

menstruación
...............
hedhi

vagina
...............
uke

pene
...............
uume

ceja
...............
unyusi

pelo
...............
nywele

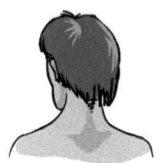

cuello
...............
shingo

# hospital
# hospitali

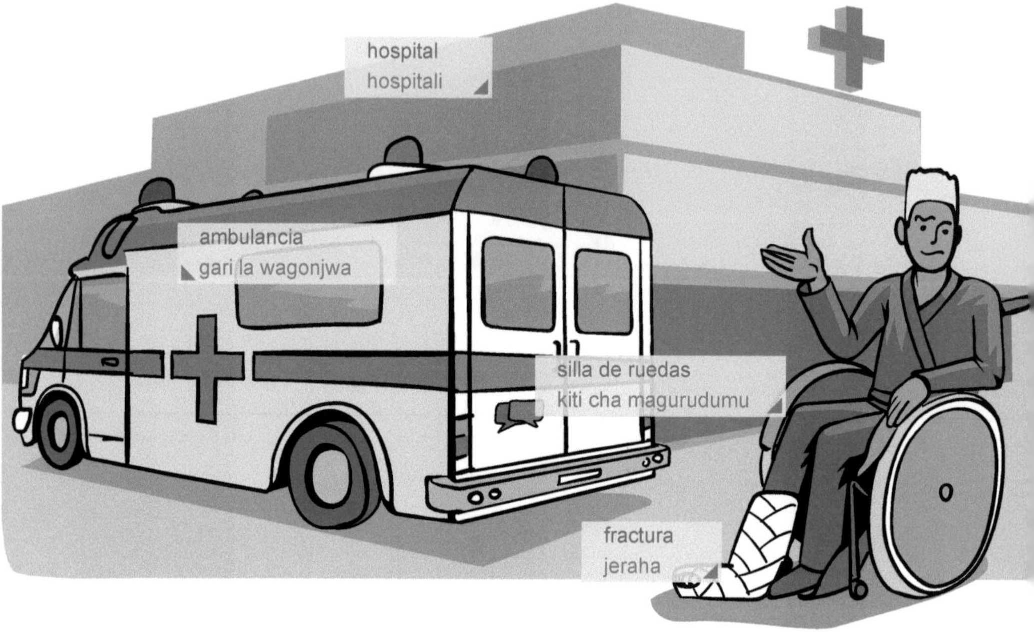

hospital
hospitali
ambulancia
gari la wagonjwa
silla de ruedas
kiti cha magurudumu
fractura
jeraha

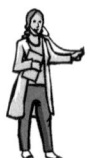

médico

daktari

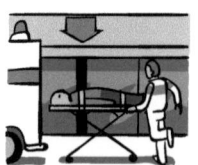

sala de urgencias

chumba cha dharura

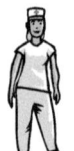

enfermera

muuguzi

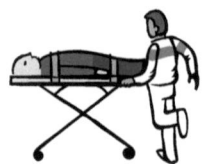

urgencia

dharura

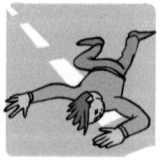

inconsciente

kupoteza fahamu

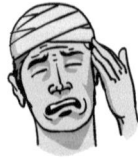

dolor

maumivu

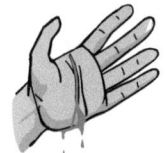

lesión

kuumia

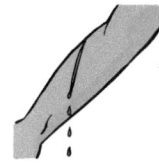

hemorragia

kutokwa na damu

infarto

mshtuko wa moyo

ictus

kiharusi

alergia

mzio

tos

kikohozi

fiebre

homa

gripe

mafua

diarrea

kuharisha

dolor de cabeza

maumivu ya kichwa

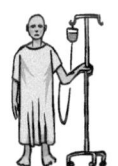

cáncer

kansa

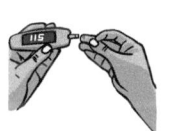

diabetes

ugonjwa wa kisukari

cirujano

daktari mpasuaji

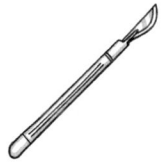

bisturí

kisu kidogo cha kupasulia

operación

operesheni

TAC

picha changanufu ya mwili

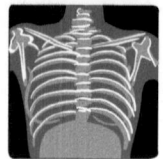

rayos x

Eksrei

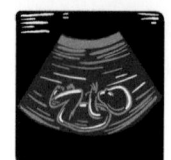

ultrasonido

mawimbi sauti

mascarilla

barakoa ya uso

enfermedad

ugonjwa

sala de espera

chumba cha kusubiri

muleta

mkongojo

tirita

plasta

venda

bendeji

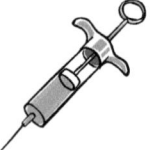

inyección

sindano

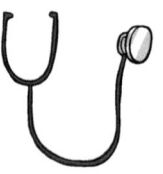

estetoscopio

stetoskopu

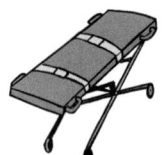

camilla

machela

termómetro

kipimajoto cha kliniki

nacimiento

kuzaliwa

sobrepeso

unene kupita kiasi

audífono

kusikia misaada

desinfectante

kipukusi

infección

maambukizi

virus

virusi

VIH / SIDA

VVU / UKIMWI

medicina

dawa

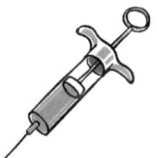

vacunación

chanjo

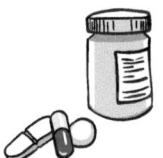

tabletas

vidonge

pastilla

kidonge

llamada de urgencia

simu ya dharura

tensiómetro

haemodainamometa

enfermo / sano

mgonjwa / mwenye afya

¡Socorro!

Msaada!

alarma

kengele

asalto

pigo

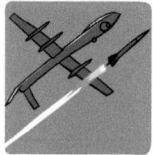

ataque

shambulizi

peligro

hatari

salida de emergencia

lango la dharura

¡Fuego!

Moto!

extintor de incendios

kizima moto

accidente

ajali

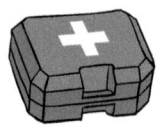

botiquín de primeros
auxilios

vifaa vya huduma ya
kwanza

SOS

wito wa msaada

policía

polisi

Europa

Ulaya

Norteamérica

Amerika ya Kaskazini

Sudamérica

Amerika ya Kusini

África

Afrika

Asia

Asia

Australia

Australia

Atlántico

Atlantiki

Pacífico

Pasifiki

Océano Índico

Bahari ya Hindi

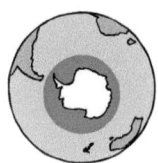

Océano Antártico

Bahari ya Antaktiki

Océano Ártico

Bahari ya Aktiki

polo norte

Ncha ya Kaskazini

polo sur

Ncha ya Kusini

Antártida

Antaktika

tierra

dunia

tierra

nchi

mar

bahari

isla

kisiwa

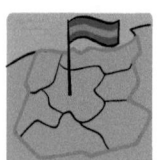

nación

taifa

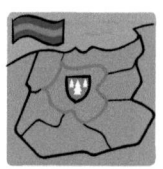

estado

jimbo

esfera

uso wa saa

manecilla de las horas

akrabu ya saa

minutero

akrabu ya dakika

segundero

akrabu ya sekunde

¿Qué hora es?

Ni saa ngapi?

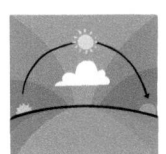

día

siku

tiempo

wakati

ahora

sasa

reloj digital

saa ya dijitali

minuto

dakika

hora

saa

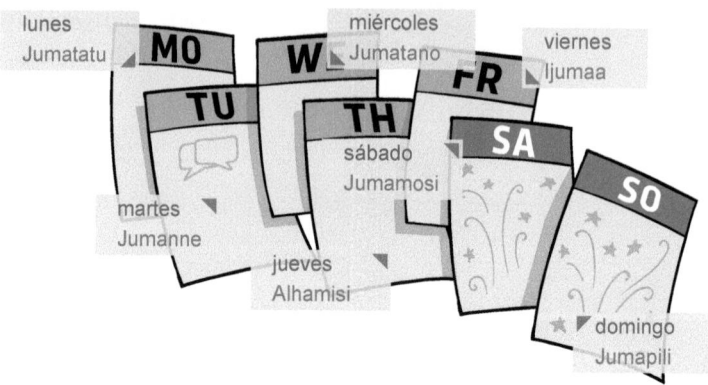

lunes
Jumatatu

miércoles
Jumatano

viernes
Ijumaa

martes
Jumanne

sábado
Jumamosi

jueves
Alhamisi

domingo
Jumapili

ayer

jana

hoy

leo

mañana

kesho

mañana

asubuhi

mediodía

saa sita mchana

tarde

jioni

días laborables

siku za biashara

fin de semana

mwishoni mwa wiki

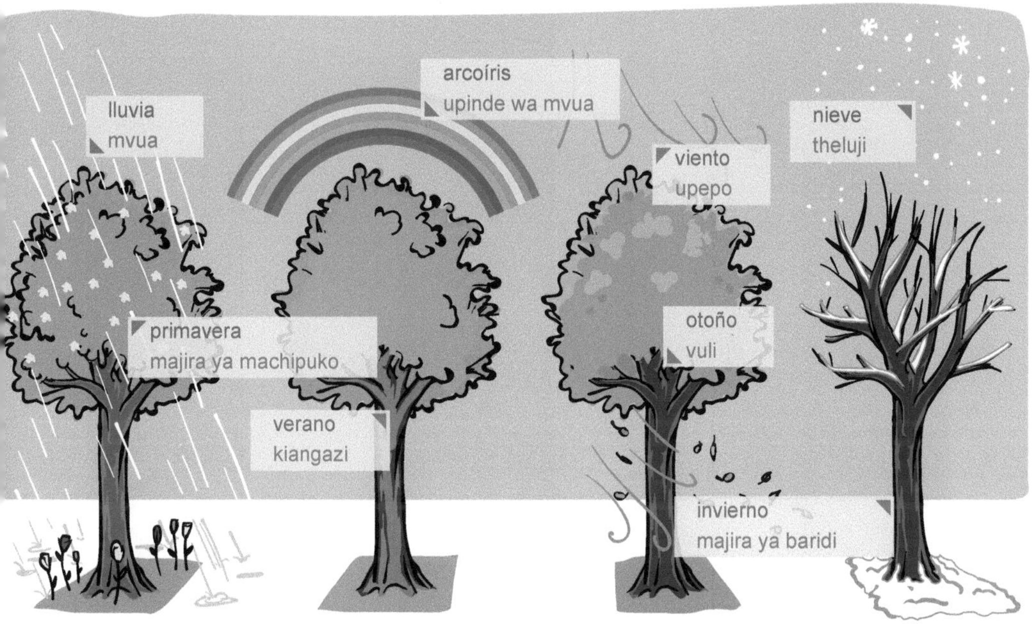

lluvia
mvua
arcoíris
upinde wa mvua
nieve
theluji
viento
upepo
primavera
majira ya machipuko
otoño
vuli
verano
kiangazi
invierno
majira ya baridi

4.APRIL 11°
5.APRIL 4°
6.APRIL 13°
7.APRIL 8°
8.APRIL 10°

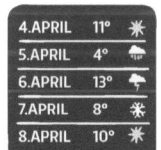

pronóstico del tiempo

utabiri wa hali ya hewa

F
C
120
90
60
30
0
-30
40
30
20
10
0
-10
-20

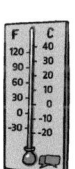

termómetro

kipimajoto

sol

mwanga wa jua

nube

wingu

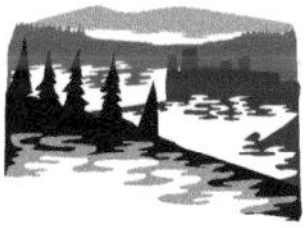

niebla

ukungu

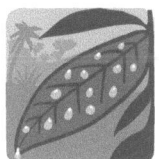

humedad

unyevu

rayo

umeme

trueno

radi

tormenta

dhoruba

granizo

mvua ya mawe

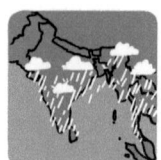

monzón

monsuni

inundación

mafuriko

hielo

barafu

enero

Januari

febrero

Februari

marzo

Machi

abril

Aprili

mayo

Mei

junio

Juni

julio

Julai

agosto

Agosti

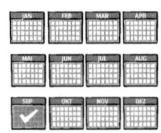

septiembre

Septemba

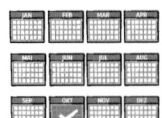

octubre

Oktoba

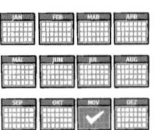

noviembre

Novemba

diciembre

Desemba

# formas

## maumbo

círculo

mduara

cuadrado

mraba

rectángulo

mstatili

triángulo

pembetatu

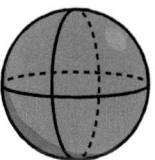

esfera

nyanja

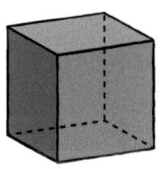

cubo

mchemraba

blanco

nyeupe

amarillo

manjano

anaranjado

chungwa

rosa

rangi ya waridi

rojo

nyekundu

morado

hudhurungi

azul

bluu

verde

kijani

marrón

hanja

gris

jivujivu

negro

nyeusi

mucho / poco

mengi / kidogo

enojado / tranquilo

hasira / pole

bonito / feo

nzuri / mbaya

principio / fin

mwanzo / mwisho

grande / pequeño

kubwa / ndogo

claro / oscuro

angavu / giza

hermano / hermana

kaka / dada

limpio / sucio

safi / chafu

completo / incompleto

kamilika / tokamilika

día / noche

siku / usiku

muerto / vivo

wafu / hai

ancho / estrecho

pana / nyembamba

comestible / no comestible

..................

kulika / kutolika

malo / amable

..................

ovu / ema

entusiasmado / aburrido

..................

sisimkwa / udhika

gordo / delgado

..................

nene / nyembamba

primero / último

..................

kwanza / mwisho

amigo / enemigo

..................

rafiki / adui

lleno / vacío

..................

jaa / tupu

duro / blando

..................

ngumu / laini

pesado / ligero

..................

nzito / nyepesi

hambre / sed

..................

njaa / kiu

enfermo / sano

..................

mgonjwa / mwenye afya

ilegal / legal

..................

haramu / kisheria

inteligente / tonto

..................

akili / kijinga

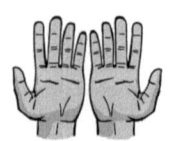

izquierda / derecha

..................

kushoto / kulia

cerca / lejos

..................

karibu / mbali

nuevo / usado

mpya / kutumika

nada / algo

kitu / jambo

viejo / joven

zee / changa

encendido / apagado

waka / zima

abierto / cerrado

wazi / fungwa

silencioso / ruidoso

utulivu / kelele

rico / pobre

tajiri / masikini

correcto / incorrecto

sahihi / kosa

áspero / suave

mbaya / laini

triste / contento

huzunika / furahia

corto / largo

fupi /ndefu

lento / rápido

polepole / haraka

húmedo / seco

nyevu / kavu

cálido / frío

joto / baridi

guerra / paz

vita / amani

**0**

cero

sufuri

**1**

uno

moja

**2**

dos

mbili

**3**

tres

tatu

**4**

cuatro

nne

**5**

cinco

tano

**6**

seis

sita

**7**

siete

saba

**8**

ocho

nane

**9**

nueve

tisa

**10**

diez

kumi

**11**

once

kumi na moja

**12**

doce

kumi na mbili

**13**

trece

kumi na tatu

**14**

catorce

kumi na nne

**15**

quince

kumi na tano

**16**

dieciséis

kumi na sita

**17**

diecisiete

kumi na saba

**18**

dieciocho

kumi na nane

**19**

diecinueve

kumi na tisa

**20**

veinte

ishirini

**100**

cien

mia

**1.000**

mil

elfu

**1.000.000**

millón

milioni

inglés

Kiingereza

inglés americano

Kiingereza cha Marekani

chino mandarín

Kimandarini cha Uchina

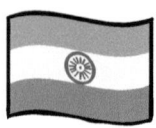

hindi

Kihindi

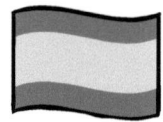

español

Kihispania

francés

Kifaransa

árabe

Kiarabu

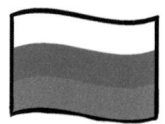

ruso

Kirusi

portugués

Kireno

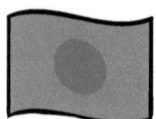

bengalí

Kibengali

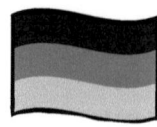

alemán

Kijerumani

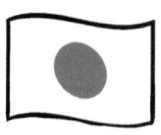

japonés

Kijapani

yo

mimi

tú

wewe

él / ella / ello

yeye / yeye / ni

nosotros/as

sisi

vosotros/as

wewe

ellos/as

wao

¿quién?

nani?

¿qué?

nini?

¿cómo?

jinsi gani?

¿dónde?

wapi?

¿cuándo?

lini?

nombre

jina

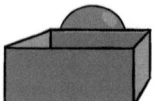

detrás

nyuma

en

katika

delante de

mbele ya

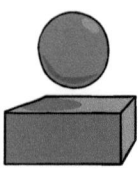

por encima de

juu ya

sobre

kwenye

debajo de

chini ya

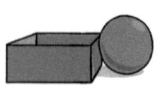

junto a

kando

entre

kati

lugar

mahali